मी तुझी झाले नव्याने

स्वाती कुलकर्णी मघाडे

ISBN 979-888569409-4

प्रेम या भावनेची जाणीव असणाऱ्या प्रत्येक चराचरास...

अनुक्रमणिका

प्रस्तावना

1. मी तुझी झाले नव्याने

ओठी असे आले दिवाने
ते पुराणे तेच गाणे !
बरसले जाणे कुठे अन्
मी तुझी झाले नव्याने !

हरघडी मी घेतलेला
श्वास तो होता तुझा !
आता तुझ्यातून धावती
श्वास माझेही नव्याने !

या ऋतूंच्या सावल्यातून
बहरलो आपण कितीदा !
कोणता तू स्पर्श केला
बहरला ऋतूही नव्याने !

का धरा खुलते अशी
भरून येता मेघ हे !
कुशीतुनी विसावताना
हे मला कळले नव्याने !

मी तुझी होता नव्याने
ओठी असे आले दिवाने
त्या दिसांचे ... त्या श्वासांचे ....
ते पुराणे तेच गाणे

2. तू

तू चंद्र नवा स्वप्नांचा
तू प्रीतीचा ध्रुवतारा
तू झिम्माड चिंब जलधारा
तू खट्याळ अवखळ वारा

तू सूर नवे गीताचे
तू विश्व माझ्या प्रीतीचे
तू सर सर सर अंगावर
उठणारा एक शहारा

तू नयनांमधला मोती
तू आठवणींची ज्योती
तू माझ्या नेत्रांवरती
रे पापण्यांचा पहारा

तू उदास संध्याकाळ
तू आठवणींचा खेळ
गडे श्वास तू माझा
क्षण येणारा जाणारा

3. पाणी खूप गेलय वरून !

शब्द सुचत नाहीत आणि मन येतं भरून
समजून घ्यावं तेव्हा पाणी खूप गेलय वरून !

अंताक्षरीची खरी जमून येते भेळ
गाण्यांचा नि नजरांचा छान बसतो मेळ
विनाकारण भास होतो पाहातंय कोणी चोरून
समजून घ्यावं तेव्हा पाणी खूप गेलय वरून !

उगाच कारण नसता कधी हाती येतो फोन
दारावर फिरते नजर ... यावं वाटतं कोण ?
कोणीतरी मनामध्ये येतं फिरून फिरून
समजून घ्यावं तेव्हा पाणी खूप गेलय वरून !

येता जाता नजर शोधत असते काही
घड्याळ होतं 'स्लो' जणू पृथ्वी फिरत नाही
आणि समोर येता त्याचं आपण स्वागत करतो चिडून
समजून घ्यावं तेव्हा पाणी खूप गेलय वरून !

प्रेम बीम असले फंडे मन मानत नाही
'तिच्या मनात नक्की काय?'... आपण जाणत नाही
राग राग येतो तरी हसता तिलाच स्मरून
समजून घ्यावं तेंव्हा पाणी खूप गेलय वरून

4. मला इथे करमत नाही

मला इथे करमत नाही
तुझं मन तिथे रमतं का?
माझ्याशिवाय तुला तिथे
हसत रहायला जमतं का?

मी तुझी झाले कधी
माझे मलाच कळले नाही
आता एकही क्षण नाही
ज्याने मला छळले नाही

तुझही मन तुला तिथे
असच काही करतं का?
मला इथे करमत नाही
तुझं मन तिथे रमतं का?

तुलाही कधी माझ्याबद्दल
अशी ओढ वाटली का?
पावसाची एखादी सर
तुझ्या डोळ्यात दाटली का?
तुझं मन हरवून गेलं
असं काही तुला गमतं का?
माझ्याशिवाय तुला तिथे
हसत रहायला जमतं का?

मला आजकाल सतत वाटतं
तुझ्याशीच मी बोलावं
माझ्या ओठांमधलं गुपीत
तुझ्या ओठांनी खोलावं
तुझ्याही मनात माझ्याबद्दल
असच काही भ्रमतं का?
मला इथे करमत नाही
तुझं मन तिथे रमतं का?

माझा जीव हुरहुरतो रे
तुझं काळीज तिथे फाटतं का?
माझ्या ओठी तुझे गाणे
तुझा स्वर तिथे गोठतो का?
माझ्या डोळ्यात श्रावण आटतो
तुझा कंठ तिथे दाटतो का?
माझ्याबद्दल खरंच तुला
असं काही वाटतं का?

मला इथे करमत नाही
तुझं मन तिथे रमतं का?
माझ्याशिवाय तुला तिथे
हसत रहायला जमतं का?

5. खरं सांगू

काही तरी लिहावं वाटतंय
मनाशीच काही गावं वाटतंय
आज या वाटेवरून -
स्वतःला उधळत जावं वाटतंय

मन मारून खूप झालं
थोडं जगून पाहावं वाटतंय
आज माझ्याही नकळत
तू माझ्यात यावं वाटतंय

तुझ्या हाकेला प्रतिसाद
आज द्यावा असे वाटतंय
आज माझा हात तू हाती
घ्यावा असे वाटतंय

पुन्हा तुझ्या डोळ्यांनी
आज स्वप्न पाहावं वाटतंय
आज तुझ्या स्पर्शामध्ये
मिटून जावसं वाटतंय

खरं सांगू आज काही
घडावसं वाटतंय
...किमान तू माझ्या नजरेला
पडावसं वाटतंय

आज खरंतर तुझ्यासोबत
जगावसं वाटतंय आणि
पुन्हा आपलं तेच स्वप्न
बघावसं वाटतंय !

6. सांग कधी येशील गडे !

सरत चालला दिवस असा पण
डोळ्यांना ना चैन पडे
मनही व्याकुळ व्याकुळ होते
सांग कधी येशील गडे !

रास्ता असतो सुना सुना
पण फिरून नजर तेथेच पडे
एकच आशा मनात माझ्या
सांग कधी येशील गडे !

कामामध्ये रामविते मन मी
सांग हात का मध्ये अडे ?
स्पर्शुनी तुझे भास अन् पुसती
सांग कधी येशील गडे !

कशी मोहिनी केलीस मजवर
क्षण एक ना विसर पडे
विश्वच सारे जणू विचारी
सांग कधी येशील गडे !

7. माझ्या मनाच्या गावात

माझ्या मनाच्या गावात
गाडे स्वप्न बरसात
चिंब चिंब मन तरी
विरहाच्याच उन्हात

येते इंद्रधनू येते
सती रंगांनां घेऊन
सुख अजून खुलते
साज दुःखाचा लेऊन

तुझ्या साईच्या धाग्यांनी
कोष घेते मी विणून
तुझ्या भेटीलागी झाले
फुलपाखरू नि मन

तिथे तुझ्याही मनात
तोच पाऊस... ते ऊन
रंग तुझा आणि माझा
उरे इंद्रधनूतून

८. फुले होतीच वाटेत

फुले होतीच वाटेत
परी निवडले काटे
सर्व वेदना साहुनी
तुला भेटावेसे वाटे

तुझ्यासाठी मी सोडले
अश्रुंचे हे दीपदान
तुझ्या पापण्यांमध्ये रे
मज मिटावेसे वाटे

कसे कळेल तुला हे
माझ्या मनातील गुज
तुझे स्वप्न उरी माझ्या
आज असावेसे वाटे

बघ सरत चालला
दिस दिसामाजी येथे
तुझ्या भविष्यात आणि
मज असावेसे वाटे

9. तुला भेटावेसे वाटे

तुला भेटावेसे वाटे
मज इतुकीच आस
माझे मन सांगे मला
त्याचा तुजमध्ये वास

तुला भेटावेसे वाटे
विसरुनी काळवेळ
तुझ्या आठवांचा एक
माझ्या मनाशी हा खेळ

तुला भेटावेसे वाटे
लाख लाख तारकांत
चंद्र हासतो पाहून
माझी तुजवर प्रीत

तुला भेटावेसे वाटे
लाज आडवी हि येते
डोळे मिटून घेता मी
तुला पाहून रे घेते

10. ये तू असा पुन्हा

घेऊन स्वप्न माझे
ये तू तसा पुन्हा
स्वप्नात भेट काही
दे तू आता पुन्हा

काळजात माझ्या
निद्रिस्त वेदनेला
स्पर्शजाग देण्या
ये तू असा पुन्हा

माझ्या मनातला तू ...
नुसताच भास वाहे
जगण्यास श्वास मजला
दे तू आता पुन्हा

तू काय पहिले रे
मी काय साहिले ?
कळवून घ्यायचे तर
ये तू तसा पुन्हा

तुजवीण... तरी जगते
सोबती तुझ्या मी
क्षण चिरंतन तसे ते... ते
दे तू आता पुन्हा

ये यायचे पुन्हा तर ...
सत्यास फसवुनी ये
क्षण पांघरून माझे
ये तू असा पुन्हा

11. आलास अचानक जेंव्हा

मीच माझी बावरले... आलास अचानक जेंव्हा
अश्रू मला नच आवरले आलास... अचानक जेंव्हा

तुझीच स्वप्ने डोळा आणिक डोळे वाटेवरती
पापणीही क्षणी त्या लवली... आलास अचानक जेंव्हा

मनी विचार भलते होते आणि व्याकुळता हि असली
डोळ्यात का माझ्या दिसली ..... आलास अचानक जेंव्हा

येशील असा सामोरी नव्हतेच वाटले केंव्हा
वाटले भास हा पुन्हा आलास अचानक जेंव्हा

मी वाट पहिली इतुकी... वाटेवर त्या गुंतत गेले
नंतरही न सुटले कोडे... आलास अचानक जेंव्हा

येऊनही तू रे येथे नच संपली प्रतीक्षा
पण मनात 'काही' झाले .... आलास अचानक जेंव्हा

12. काहीच नको बोलू

काहीच नको बोलू
मन भरून येईल
आणि जपलेलं स्वप्न
डोळ्यांमधून वाहील

काहीच नको बोलू
डोळेच सांगतील सार
खांद्यावर विसावता होईल
हलका श्वासांचाही भार

काहीच नको बोलू
श्वासातून वादळ उसळेलंच
आणि परत अजून
नजर नजरेत मिसळेलंच

काहीच नको बोलू
बोलण्यासारखं सगळं सरलंय
माझं सारं मीपण आता
तुझ्यामधेच उरलय

काहीच नको बोलू
आता अबोल राहू थोडं
निःशब्दात उमजेल सारं
सर्वस्वाचं कोडं

13. तुझी नि माझी ऐक कहाणी

मनातले स्वर
स्वरांची गाणी
तुझी नि माझी
ऐक कहाणी

ओठांची आशा
डोळ्यांची भाषा
गप्पांची मैफल
मनी विराणी
तुझी नि माझी
ऐक कहाणी

तुझे इशारे
माझे शहारे
स्वप्न पिसारे
येती फुलुनी
तुझी नि माझी
ऐक कहाणी

तुझेही स्वप्न
माझेही स्वप्न
स्वप्नातलीच
नगरी सुहानी
तुझी नि माझी
ऐक कहाणी

मी तुझे मन
तू माझे मन
झाले एक नि
जुळली तराणी
तुझी नि माझी
ऐक कहाणी

14. आता जगणारेय

इतके दिवस जगुन सुद्धा जगले नाही
पण आता जगणारेय
माझं प्रत्येक उधळलेलं स्वप्न
आज तुझ्या डोळ्यात बघणारेय

आज मी देवाजवळ
परत तुला मागणारेय
आज सारी रात्र तुझ्या
स्वप्नांमध्ये जगणारेय

आज तू खरंच ये
आज चंद्र भागणारेय
तो लपलेला चंद्र मी
डोळ्यात तुझ्या बघणारेय

आज माझं जीवनफुल
तुला वाहून टाकणारेय
खरं सांगू आज तुला
मी आपलं म्हणून टाकणारेय

आता आजपासून पुन्हा
तुझ्यामध्येच जगणारेय
आणि माझं स्वप्न पुन्हा
तुझ्या डोळ्यात बघणारेय

15. नयनांचा हा खेळ गडे

मी मनाशीच ठरवत असते
आता तुला बघायचे नाही
पण तू समोर येता
वेडे मन धाव घेई

क्षणभरच पण मिळे नजर
बघून तुला मग खाली जाई
वळतही नाही पूर्ण खाली
पण पुन्हा तुला बघण्याची घाई

बघायच्या नादात तुला
मी मग माझी नाच राहते
दूर जरी गेलास निघुनी
वळून वळून तुलाच पहाते

जरी कधी नसशील भोवती
तरी तुला शोधत राहते
भेटला जरी नाहीस तू रे
मनात तुझे रूप पाहते

तुला पहावे बघतच राहावे
नयनांचा हा खेळ गडे
मनात माझ्या तूच आणि तू
म्हणूनच मज हा छंद जडे

16. कुणीतरी येईल...

माझ्यासाठी प्रीतीचे गाणे जो गाईल
कुणीतरी येईल...

स्वप्नाच्या गावी घेऊन मला जाईल
सारे विश्व त्याचे जो या डोळ्यांतच पाहिलं
हातातल्या रेषांना भाग्य जो देईल
कुणीतरी येईल ...

जीवनाच्या प्रवासात साथ मला देईल
धडपडताना सावरण्यास हात मला देईल
जीवनातील माझा सुखसोबती होईल
कुणीतरी येईल....

स्वप्नील वेड्या डोळ्यांनी सद् मला घालील
चंद्र आणीक तारे मजसाठी जो आणील
मनातल्या भावना माझ्या जो जाणील
कुणीतरी येईल...

त्याची मी होईन अन माझा तो होईल
नभ वसुंधरेचा संगम जग सारे पाहिल
हृयसंगमी प्रीतीचे गाणे जो गाईल
कुणीतरी येईल...

17. प्रेम म्हणजे अमृत

प्रेम म्हणजे अमृत
प्रेम म्हणजे विष
प्रेम म्हणजे त्याग
प्रेम हेच आमिष

प्रेम मावते कणभरात
प्रेम व्यापते आकाश
प्रेम दडते हृदयात
तर कधी प्रेम बसते खिशात

प्रेम म्हणजे राक्षस
प्रेम म्हणजे देव
आणि प्रत्येकासाठी आहे
हि एक अनमोल ठेव

18. प्रेम म्हणजे एक वादळ

प्रेम म्हणजे एक वादळ
हृदयामध्ये उठणारे
प्रेम म्हणजे एक अंकुर
क्षितिजापाशी फुटणारे

प्रेम म्हणजे एक चोर
सुख चैन नेणारा
प्रेम म्हणजे एक दाता
गोड दुःख देणारा

प्रेम म्हणजे एक स्वप्न
स्वर्गामध्ये नेणारे
प्रेम म्हणजे एक दुःख
रात्री जागविणारे

प्रेम म्हणजे एक वेदना
सोसावीशी वाटणारी
प्रेम म्हणजे एक भावना
हवीहवीशी वाटणारी

खरं सांगू प्रेम काय
नाही सांगता येणार मला
कारण शब्दच अपुरे आहेत
हि भावना व्यक्त करायला

19. प्रेम म्हणजे एक भावना

एक मखमली भावना असते
हृदयामध्ये लपलेली
कोणासाठी कधीतरी
ओढ असते वाटलेली

एक आठवण , एक साठवण
मनाच्या कोपऱ्यात जपलेली
हि तर एक भावना आहे
विश्वभर व्यापलेली

एक गोड शिरशिरी
अनुभवावीशी वाटणारी
एक खोल खोल वेदना
अश्रुंमधून आटणारी

आयुष्याच्या वळणावर हि
वाट असते भेटणारी
डोळ्यामध्ये तिच्या त्याच्या
प्रतीक्षा असते गोठणारी

आई -बहीण-भाऊ-पिता
पती पत्नी या सान्यांतुन
हीच चेतना वहात असते
मायेच्या या नात्यातून

हि नाती असतात अशी
कधीही न तुटणारी
प्रेम म्हणजे एक भावना
हवीहवीशी वाटणारी

20. प्रेम म्हणजे राजा राणी

प्रेम म्हणजे राजा राणी
प्रेम म्हणजे गोड गाणी
प्रेम म्हणजे रुसवे फुगवे
डोळ्यातून वाहणारे पाणी

प्रेम म्हणजे रोजचे भांडण
प्रेम म्हणजे गहिवरले क्षण
प्रेम म्हणजे दोन शरीरे
तुझे नि माझे एक परी मन

प्रेम म्हणजे तुझं असणं
प्रेम म्हणजे तुझं दिसणं
प्रेम म्हणजे तुझ्यासमोर
परत तुलाच आठवत बसणं

प्रेम म्हणजे राजा राणी
प्रेम म्हणजे गोड गाणी
प्रेम म्हणजे अजून काय
तुझी नि माझी जुनी कहाणी

21. दरवळला मंद गंध

दरवळला मंद गंध
मोहरला श्वास धुंद
बहरला हलक्याने
स्वप्नातील निशिगंध
दरवळला मंद गंध

मातीसम मनही झाले
भावनांचे विश्व ओले
आठवांचे अलगूज जणू
छेडतो मनी मुकुंद
दरवळला मंद गंध

दिशांत दाही एक रंग
सावळ्यात मनही दंग
सावळेच मेघ आणि
सावळाच प्रेमबंध
दरवळला मंद गंध

स्वरात भिजले थेंब आणि
स्वर म्हणजे ओली गाणी
ओलेत्या आठवांचा ...
ओल्या मनास छंद
दरवळला मंद गंध

22. माझं प्रेम

मलाही वाटलं होतं
प्रेमात पडावं चारचौघांसारखं
कुणासाठीतरी झुरावं
असं चारचौघांसारखं

पण मी प्रेमात पडले नाही
तर प्रेमानं मला उभं केलं
कारण मी माझं प्रेम
एका स्वप्नावर केलं

माझ्या प्रेमानं मला
जगण्याचं नवं क्षितिज दिलं
आणि त्या क्षितिजावर
'त्यांचं 'प्रतिबिंब मी पाहिलं

माझ्या प्रेमानं शिकवलं
जीवन मला जगायला
त्याच्यासाठी मरण्यापेक्षा
इतरांसाठी जगायला

तेंव्हापासून प्रेमात पडण्याचा
विचार मी सोडून दिला
कारण माझ्या प्रेमानं शिकवलं मला
उभरायला अन् जगायला